നിനവിൽ വിരിഞ്ഞ കനവുകൾ

റോബിൻ പള്ളുരുത്തി

Copyright © Robin Palluruthy
All Rights Reserved.

ISBN 979-888591440-6

This book has been published with all efforts taken to make the material error-free after the consent of the author. However, the author and the publisher do not assume and hereby disclaim any liability to any party for any loss, damage, or disruption caused by errors or omissions, whether such errors or omissions result from negligence, accident, or any other cause.

While every effort has been made to avoid any mistake or omission, this publication is being sold on the condition and understanding that neither the author nor the publishers or printers would be liable in any manner to any person by reason of any mistake or omission in this publication or for any action taken or omitted to be taken or advice rendered or accepted on the basis of this work. For any defect in printing or binding the publishers will be liable only to replace the defective copy by another copy of this work then available.

ഉള്ളടക്കം

മുഖവുര	v
ആമുഖം	vii
അവതാരിക	ix
1. മീര	1
2. ചരിത്രസത്യം	2
3. തൃണവത്ക്കരണം	3
4. മാറാത്ത ശീലം	5
5. അക്ഷരത്തെറ്റുകൾ	6
6. ആവർത്തനമരുതേ പ്രവർത്തികളിൽ	7
7. ഓർമ്മതൻനിറങ്ങൾ	8
8. ശേഷിപ്പുകൾ	9
9. അടയാളങ്ങളും കൊതിക്കുന്നു	10
10. വിടപറയും നേരം	11
11. കുറിമാനം	12
12. പ്രണയാർദ്രം	13
13. നേര്	14
14. ഒരു നോക്ക് കാണുവാൻ ..	15
15. കൊഴിയാത്ത പൂവുകൾ	16
16. അന്നുപെയ്ത മഴയിൽ	17
17. ജീവിതം	18
18. ഒളിക്കുന്നമ്പിളി	19
19. യാഥാർത്ഥ്യം	20

ഉള്ളടക്കം

20. മോഹം	21
21. വികൃതി	22
22. മുന്നറിയിപ്പ്	23
23. കടമയും കർമ്മവും	24
24. മനം മാറ്റം	25
25. സ്വപ്നസഞ്ചാരം	26
26. കനവിൽ വിരിഞ്ഞ നിനവുകൾ	27
27. നിഴലെന്ന സത്യം	28
28. എന്നും എന്നെന്നും	29
29. അപ്രതീക്ഷിതം	30
30. തൊഴിലാളി	31
31. യാഥാർത്ഥ്യം	32
32. പകരമാവില്ല ഒന്നും	33
33. കാരണം അകാരണം	34
34. ഓർമ്മകളെന്ന കലാപകാരികൾ	35
35. മഴ	36
36. തിരികെ	37
37. വഴിയുണ്ട് നാളെ	38
38. ഈസ്റ്റർ	39
39. കാലാവസ്ഥ	41
40. വെള്ളം	43
41. മർത്യജന്മം	44

മുഖവുര

റോബിൻ പള്ളുരുത്തി

1982 സെപ്റ്റംബർ 8 ൽ "അറബിക്കടലിന്റെ റാണി" എന്നറിയപ്പെടുന്ന കൊച്ചിയിൽ വെളുത്തേടത്ത് വീട്ടിൽ അഗസ്റ്റിൻ മകൻ ആന്റണിയുടേയും, മാളിയേക്കൽ വീട്ടിൽ ജോർജിന്റെ മകൾ ഷേർളിയുടേയും മൂത്തമകനായി ജനനം. നിലവിൽ ടാറ്റാ ഗ്രൂപ്പിന്റെ ടാറ്റാ കൺസ്യൂമർ പ്രൊഡക്റ്റ്സ് (കൊച്ചി) - ലെ സ്ഥിരംതൊഴിലാളിയായി ജോലിചെയ്യുന്നു.

ആനുകാലിക മാധ്യമങ്ങളിലും പത്രങ്ങളിലും കവിതകളും കഥകളുമെഴുതാറുണ്ട്.

നാല് പുസ്തകങ്ങളും പ്രസിദ്ധികരിച്ചിട്ടുണ്ട്.

ആനുകാലിക സാഹിത്യ കൂട്ടായ്മയായ കഥാമിത്രത്തിന്റെ സാരഥിയും, കൊച്ചിൻസാഹിത്യഅക്കാദമി (CSA) യുടെ സെക്രട്ടറിയുമാണ്.

എന്റെ യഥാർത്ഥ നാമം : റോബർട്ട് ആന്റണി .വി

ഭാര്യ : സൗമ്യ റോബർട്ട്

മകൾ : ആദ്‌ന മേരി

മകൻ : ആദവ് ആന്റണി

മകൻ : ആർണൽ ആന്റണി

റോസ്മി, റോഷൻ എന്നിവർ സഹോദരങ്ങൾ

വിലാസം :

വെളുത്തേടത്ത് ഹൗസ്

പള്ളുരുത്തി P.O

പൈറോഡ്,

പെരുമ്പടപ്പ്,

കൊച്ചി - 6

Pin : 682006

mob : 9846076701,7907383304

Ninavil Virinja Kanavukal

(poems)

Language : Malayalam

First Published in : January 2022

Cover Designing : Robin Palluruthy

Editing : Robin Palluruthy

ആമുഖം

റോബിൻ പള്ളുത്തി, എന്ന എന്നെക്കുറിച്ച് പറയുവാൻ വിശേഷണങ്ങൾ അധികമൊന്നുമില്ല.

സാഹിത്യരചനകളേയും, സാഹിത്യകാരന്മാരെയും , ഇഷ്ടപ്പെടുന്ന ഒരു ചെറിയ എഴുത്തുകാരൻ . വിദ്യാലയ കാലഘട്ടം സമ്മാനിച്ച എഴുത്തിനോടുള്ള ഇഷ്ടം എന്നിലെ ഭാവനയിൽ കവിതകളും കഥകളും സമ്മാനിച്ചപ്പോൾ ഞാനവയെ കടലാസുകളിലേക്കും പുതുയുഗത്തിന്റെ സംഭാവനയായ ആനുകാലിക മാധ്യമങ്ങളിലേക്കും പകർത്തിയെഴുതി.

തുടർന്നുള്ള പ്രയാണത്തിൽ നാല് പുസ്തങ്ങളുടെ പൂർണ്ണതയ്ക്കും പ്രസിദ്ധീകരണത്തിനും അത് വഴിയൊരുക്കി. " നിനവിൽ വിരിഞ്ഞ കനവുകൾ " എന്ന പുസ്തകം എന്റെ രണ്ടാമത്തെ കവിതാസമാഹാരമാണ് , ഞാൻ പ്രസിദ്ധീകരിച്ച പുസ്തകങ്ങളിൽ അഞ്ചാമത്തെതും. സാഹിത്യരചനയിലൂടെ ഞാൻ നേടിയ അഭിമാനകരമായ നേട്ടമെന്ന് പറയാവുന്നത്,

മാരത്തൺ കഥാ/കവിതാരചനകളിലൂടെ ഇന്ത്യൻ ബുക്ക് ഓഫ് റെക്കോർഡ്, ഏഷ്യൻ ബുക്ക് ഓഫ് റെക്കോർഡ്, കലാം ബുക്ക് ഓഫ് വേൾഡ്റെക്കോർഡ്, കേരള ബുക്ക് ഓഫ് റെക്കോഡ് എന്നവയുടെ താളുകളിൽ എന്റെനാമവും കൂട്ടിച്ചേർക്കുവാൻ കഴിഞ്ഞുവെന്നതാണ്.

സാഹിത്യരംഗത്തേക്കുള്ള എന്റെ ചുവടുവെയ്പ്പിന് വഴിതെളിച്ചത്,

ആനുകാലികങ്ങളായ സാഹിത്യസൗഹൃദകൂട്ടായ്മകളും അതിൽനിന്നും ലഭിച്ച നല്ല സൗഹൃദങ്ങളുമാണ്.

എന്റെ എല്ലാ രചനകളും വായിക്കുകയും വിലയിരുത്തുകയും ചെയ്തിട്ടുള്ള അനുവാചകർക്കാണ് ഞാനെന്റെ മുൻപുസ്കങ്ങളെല്ലാം സമർപ്പിച്ചിട്ടുള്ളത് അതുകൊണ്ടുതന്നെ എന്റെ പുതിയ കവിതാസമാഹാരവും നിങ്ങളുടെ വായനയ്ക്കും അഭിപ്രായങ്ങൾക്കുമായി സമർപ്പിക്കുന്നു.

റോബിൻ പള്ളുരുത്തി

പ്രസിദ്ധീകരിച്ച പുസ്തകങ്ങൾ :

1. തീരങ്ങൾ കഥപറയുമ്പോൾ

(നോവൽ)

2. നിമിത്തം

(ചെറുകഥാ സമാഹാരം)

3. കാവ്യഹാരം

(കവിതാസമാഹാരം)

4. പറക്കുന്ന രക്തദാഹികൾ

(ബാലസാഹിത്യ കഥാസമാഹാരം)

അവതാരിക

ഹെൻസ ഐസക്

ചില അവസരങ്ങൾ പലപ്പോഴും നമ്മുടെ ജീവിത്തിൽ പുതിയ നിയോഗങ്ങളായി മാറാറുണ്ട് അത്തരത്തിൽ എന്നിൽ വന്നുചേർന്ന ഒരു നിയോഗമാണ്, ഞാൻ പഠിപ്പിച്ച വിദ്യാർത്ഥിയുടെ കവിതാസമാഹാരത്തിന് അവതാരിക എഴുതുവാനുള്ള അവസരം. ഒരു കവിതാസമാഹാരത്തിന്റെ ഭാഗമായിത്തീരുവാനുള്ള അവസരം നൽകിയ എന്റെ പ്രിയപ്പെട്ട പൂർവ്വവിദ്യാർത്ഥിയും ആനുകാലിക മാധ്യമങ്ങളിലൂടെ കഥകളും കവിതകളുമെഴുതിയും ,

പുസ്തകങ്ങൾ പ്രസിദ്ധീകരിച്ചുകൊണ്ട് , നോവൽ, ചെറുകഥ, കവിത, ബാലസാഹിത്യ മേഖലകളിൽ കഴിവുതെളിയിച്ചുകൊണ്ടും, ഇന്ത്യൻ / ഏഷ്യൻ റെക്കോർഡുകൾ കരസ്ഥമാക്കിക്കൊണ്ടും കുറഞ്ഞ നാളുകൾകൊണ്ടുതന്നെ സാഹിത്യ ലോകത്തിന്റെ പടവുകൾ ഓരോന്നായി കയറിത്തുടങ്ങിയ ശ്രീ. റോബിൻ പള്ളുരുത്തിക്ക് ആദ്യം തന്നെ ഞാൻ നന്ദി പറയട്ടെ . എന്നിൽ നിക്ഷിപ്തമായ ഉത്തരവാദിത്വം ഭാവനാസമ്പന്നമായ നാൽപ്പത്തിയൊന്ന് കവിതകൾ ഒത്തുചേർന്ന് സമ്പന്നമായ....

"നിനവിൽ വിരിഞ്ഞ കനവുകൾ" എന്ന, കവിതാസമാഹാരത്തിന് അവതാരികയെഴുതുകയെന്നതാണ്.

എഴുതിത്തുടങ്ങുന്നതിനു മുൻപായി ഞാനറിഞ്ഞ റോബിനെന്ന റോബിൻ പള്ളുരുത്തിയെക്കുറിച്ച് രണ്ടുവരി കുറിച്ചെന്നുമാത്രം. ഞാനെന്റെ കർത്തവൃത്തിലേക്ക് കടക്കുകയാണ്.

പലപ്പോഴും വ്യത്യസ്തങ്ങളായ പ്രമേയങ്ങളാൽ സമ്പന്നമായിരിക്കും റോബിൻ പള്ളുരുത്തിയുടെ കവിതകളെന്നതും അവ ലളിതസുന്ദരപദങ്ങളാൽ നിറഞ്ഞതും, ഏതൊരാൾക്കും വളരേപ്പെട്ടെന്ന് മനസ്സിലാകുന്ന അർത്ഥതലങ്ങളിലൂടെ സഞ്ചരിക്കുന്നവയുമാണെന്നതും തന്നെയാണ് കവിയുടെ കവിതകളെ എനിക്കേറെ പ്രീയപ്പെട്ടവയാക്കുന്നതും .

" നിനവിൽ വിരിഞ്ഞ കനവുകൾ " റോബിൻ പള്ളുരുത്തിയുടെ രണ്ടാമത്തെ കവിതാസമാഹാരമാണ്. ആദ്യ കവിതാസമാഹാരമായ കാവ്യഹാരവും വ്യത്യസ്തമായ വായനാനുഭവമായിരുന്നു എനിക്ക് സമ്മാനിച്ചത്. നിനവിൽ വിരിഞ്ഞ കനവുകളിലെ ആദ്യ കവിതയായ "മീര " വളരെ

മനോഹരമായൊരു കവിതയാണ്. പ്രണയത്തിന്റേയും വിരഹത്തിന്റേയും സമ്മിശ്രഭാവങ്ങൾ കവിതയിലെ ഓരോ വരികളിലൂടെയും അനുവാചകർക്ക് ഗ്രഹിക്കുവാൻ കഴിയുന്നവതന്നെയാണ്.

രണ്ടാമത്തെ കവിതയായ "ചരിത്രസത്യം " സ്വാതന്ത്ര്യത്തിനായി വീരമൃത്യുവരിച്ച ദേശസ്നഹികളെ അനുസ്മരിപ്പിക്കുന്ന ഒരു ദൃശ്യകാവ്യമാണെന്ന് പറയാം. അതിനുകാരണം കവിതയുടെ ഓരോവരിയിലും ദേശഭക്തി നിറഞ്ഞുനിൽക്കുന്നുവെന്നത് തന്നെയാണ്.

മൂന്നാമത്തെ കവിതയായ "തൃണവത്ക്കരണം " ഭൂമിൽ പിറവിയെടുക്കുന്ന ഒരുചെറിയ പുൽക്കൊടിക്കുപോലും ഈ മണ്ണിൽ കടമകൾ നിരവധിയാണ് എന്ന സന്ദേശം നൽകുമ്പോഴും അവിടേയും ആരെയും വിലകുറച്ച് കാണരുതെന്നും എല്ലാവരും ഭൂമിയിൽ പിറന്നവരാണെന്നുമുള്ള സമത്വത്തിന്റെ സന്ദേശംകൂടി കവി വായനക്കാർക്ക് നൽകുന്നുണ്ട്.

നാലാമത്തെ കവിതയായ "മാറാത്ത ശീലവും " അഞ്ചാമത്തെ കവിതയായ "അക്ഷരത്തെറ്റുകളും " അതിനെ പിൻതുടർന്നുവരുന്ന ഓരോകവിതകളിലേയും വ്യത്യസ്തങ്ങളായ പ്രമേയങ്ങളുടെ മനോഹരങ്ങളായ കവിഭാവനകൾ പുതിയൊരു വായനാനുഭവം തന്നെ അനുവാചകർക്ക് നൽകുമെന്നതിൽ സംശയമില്ല.

കവിതാസമാഹാരത്തിലെ ഇരുപത്തിയാറാമത്തെ കവിതയാണ് കവിതാസമാഹാരത്തിന്റെ നാമമായ " നിനവിൽ വിരിഞ്ഞ കനവുകൾ " മനസ്സിലെ ആഗ്രഹങ്ങൾക്ക് അവസാനമില്ല എന്ന യാഥാർത്ഥ്യത്തെ കവിയിവിടെ വർണ്ണിച്ചിരിക്കുന്ന രീതി ശ്രദ്ധേയമാണ്. മനസ്സിൽ

താലോലിക്കുന്ന പ്രണയവും, സ്വന്തം ഭവനമെന്ന ആഗ്രഹവും , സ്ഥിരവരുമാനമുള്ള തൊഴിലും അങ്ങനെയങ്ങനെ ഒരു സാധാണക്കാരന്റെ സ്വപ്നങ്ങളും, പ്രതീക്ഷകളും ഒരു ചെറിയ കവിതയുടെരൂപത്തിൽ അനുവാചകർക്ക് സമ്മാനിച്ചിരിക്കുകയാണ് കവി ശ്രീ. റോബിൻ പള്ളുരുത്തി.

കവിതാസമാഹാരത്തിലെ ഓരോ കവിതയെയും കുറിച്ച് വിശദമായി എഴുതണമെന്ന് ആഗ്രഹമുണ്ടെങ്കിലും സമയം എനിക്കുമുന്നിൽ പരിമിതിയായതിനാൽ ഇതിലെ നാല്പതാമത്തെ കവിതയായ "കാലാവസ്ഥ " എന്ന ആനുകാലികപ്രസക്തമായ കവിതയെക്കുറിച്ചും അവസാനത്തെ കവിതയായ മർത്യജന്മത്തെക്കുറിച്ചും രണ്ട് വാക്കുകൾ കുറിച്ചുകൊണ്ട് ഞാനെന്റെ അവതാരിക ഉപസംഹരിക്കുവാൻ ശ്രമിക്കുകയാണ്.

"കാലാവസ്ഥ "എന്ന കവിത ഇന്നിന്റെ സത്യമാണ് അതുകൊണ്ട് അതിൽ കവിയെഴുതിയിരിക്കുന്ന വസ്തുതകൾക്കും പ്രാധാന്യമുണ്ട്. കാലാവസ്ഥ വ്യതിയാനത്തിന് കാരണമാകുന്ന മനുഷ്യന്റെ വീണ്ടുവിചാരമില്ലാത്ത പ്രവർത്തികളും അതിന് പകരമായി ഭൂമിയിൽ പിറവിയെടുക്കുന്ന ദുരന്തങ്ങളും മനുഷ്യർ അനുഭവിക്കേണ്ടിവരുന്ന ദുരിതങ്ങളും അതിനുശേഷം ശാസ്ത്രലോകം നടത്തുന്ന കാലാവസ്ഥാ വിലയിരുത്തലുകളിൽ ഉയരുന്ന ഉത്തരമില്ലാത്ത ചോദ്യങ്ങളും കവി തന്റെ കവിതയിലൂടെ സമൂഹത്തിനു മുന്നിൽ തുറന്നുകാട്ടുന്നുണ്ട്.

കവിതാസമാഹാരത്തിലെ അവസാനത്തെ കവിതയായ "മർത്യജന്മം " മണ്ണിലെ ശക്തനെന്ന് അഹങ്കരിക്കുന്ന

അവതാരിക

മനുഷ്യന്റെ ജീവിതത്തെക്കുറിച്ചാണ് . വെറും കയ്യോടെ പിറക്കുന്ന മനുഷ്യൻ മണ്ണിൽ വെട്ടിപ്പിടിക്കുന്ന സാമ്രാജ്യങ്ങളുടെ അവസാനം മരണമെന്ന ഒന്നുമില്ലായ്മയാണെന്ന വലിയസത്യത്തിന്റെ സന്ദേശം നൽകിക്കൊണ്ടാണ് കവി തന്റെ കവിതാസമാഹാരം ഉപസംഹരിച്ചിരിക്കുന്നത്.

മനോഹരങ്ങളായ കവിതകളുടെ നല്ലൊരു സംഗമവേദിയാണ് ശ്രീ. റോബിൻ പള്ളുരുത്തിയുടെ തൂലികയിൽ നിന്നും പിറവിയെടുത്ത " നിനവിൽ വിരിഞ്ഞ കനവുകൾ " എന്ന കവിതാസമാഹാരം. ഇനിയും ലളിതമനോഹരങ്ങളായ നിരവധി രചനകൾ എന്റെ പ്രീയപ്പെട്ട വിദ്യാർത്ഥിയുടെ തൂലികയിൽ നിന്നും പിറവിയെടുക്കട്ടെയെന്നാശംസിച്ചുകൊണ്ട് " നിനവിൽ വിരിഞ്ഞ കനവുകൾ " എന്ന കവിതാസമാഹാരത്തിന് എല്ലാവിധ ഭാവുകങ്ങളും നേർന്നുകൊണ്ട് ഞാനെന്റെ അവതാരികയുടെ വരികളിവിടെ പൂർണ്ണമാക്കുന്നു.

സ്നേഹമോടെ, ആശംസകളോടെ...

ഹെൻസ ഐസക്ക്

റിട്ട: ഹെഡ്‌മിസ്ട്രസ്

ജി.എച്ച്.എസ്.എസ്

പുത്തൻതോട്

1. മീര

കണ്ണാ എൻ കാർമുകിൽവർണ്ണാ ,
ഞാൻകാണും മയിൽപ്പീലികൾ നിത്യം ,
അറിയാതെൻ ചിത്തിലുണർത്തി,
നിൻ സുന്ദര മോഹന വദനം,
ഞാനതിനാലെൻ പുസ്തകതാളിൽവെച്ചു ,
ചേലൊത്ത മയിൽപ്പീലിയൊരെണ്ണം..
അറിയാതെയെങ്കിലും കണ്ണാ നിന്നേ ..
മനസ്സാലെ വരിച്ചവൾ മീര,
കണ്ണന്റെ തോഴി രാധയാണെന്നപോൽ,
കണ്ണന്റെ തോഴി മീരയെന്നൊന്ന് കേൾക്കാൻ ,
യുഗങ്ങൾ പലതുകഴിഞ്ഞെങ്കിലും ആശയാലിന്നും ,
കൊതിയോടെ കാത്തിരിക്കുന്നു ഞാൻ

2. ചരിത്രസത്യം

തോക്കിൻ ശൗര്യമൊടുങ്ങിയ നാളിൽ,
പൊട്ടിയലാത്തികൾ വാരിക്കെട്ടി
കൽപ്പൊടി ചിതറിയ തെരുവിൽ കൂടി
രക്തം പറ്റിയ ബൂട്ടുകൾ പലതും
കപ്പല് കയറി മടങ്ങി ,
ചോര രുചിച്ച തോക്കുകൾ പലതും ,
ഇരുണ്ട മുറിയുടെ ഒഴിഞ്ഞ മൂലയിൽ ,
അനാഥരെന്നപോലുറങ്ങി,
ഭാരതാംബതൻ മോചനമെന്ന
സ്വപ്നംകണ്ടവർ പലരും,
തടവറയെന്ന , കഴുമരമെന്ന
പീഢനമേറ്റ് ഒടുങ്ങി ,
ചിത്തിൽ സ്വതന്ത്ര്യത്തിൻ വിത്തുകൾ പാകി
മണ്ണിൽ മറഞ്ഞവർ നിരവധിയെങ്കിലും
ചരിത്രത്തിന്റെ താളിലവരെന്നും
തെളിഞ്ഞ മുഖവുമായ് നിന്നുജ്വലിക്കും
ധീരരാം ദേശസ്നേഹികൾ തന്നെ,
സുവർണ്ണ ശോഭയിൽ തെളിഞ്ഞു നിൽക്കും,
ധീരരാം രക്തസാക്ഷികൾ തന്നെ.

3. തൃണവത്ക്കരണം

ഇന്നിന്റെ കാഴ്ചയിൽ ഞാനൊരു
ചെറുതൃണമാണെങ്കിലും
ഞാനുമീ മണ്ണിൽപ്പിറന്നൊരു ജീവനല്ലോ ?
പറയാൻ ഗുണഗണങ്ങളേറെ ഒന്നുമല്ലെങ്കിലും
ഞാനുമീ മണ്ണിൽ തളിർത്തൊരു നവതളിരല്ലയോ ?
ഭൂമിതന്നുദരത്തിൽ താണുകിടന്നൊരു ,
വിത്തെന്ന ഗർഭപാത്രത്തിൽ നിശബ്ദയായ് ,
നാളേറെ പിന്നിട്ട നിദ്രയിലും ..
നിത്യം, പ്രാർത്ഥിച്ചിരുന്നു ഞാൻ ..
ഒരു ദിനമെങ്കിലും ഉറക്കമുണർന്ന് ,
എൻ ബാല്യത്തിൽ അമ്മതൻ കൈകളിൽ
കാറ്റിന്റെ താളത്തിൽ അലോലമാടി
ഞാൻ കണ്ടുമോഹിച്ചൊരാ
ഭൂമിയെ വീണ്ടും കാണുവാൻ,
വളർച്ചയുടെ പടവുകൾ പിന്നിട്ട് ഞാനും ...
ഒരു ജീവന്റെ അംശമായ് മാറിപിന്നെ,
ഉള്ളിൽ ജീവൻ തുടിക്കുന്ന ബീജമായ്
ചെറുവിത്തായി മണ്ണിന്റെ മാറിൽ പതിച്ചു ചെമ്മേ..
കാലങ്ങൾ താണ്ടി ഞാൻ,
വീണ്ടുമീ മണ്ണിൽ മിഴിതുറക്കുമ്പോഴും ,
ഇന്നിന്റെ കാഴ്ചയിൽ ഞാനൊരു
തൃണം തന്നെ വീണ്ടും ,
ഇന്നിന്റെ കാഴ്ചയിൽ ഞാനൊരു

തൃണംതന്നെ വീണ്ടും ,
എങ്കിലുമേവരുമെന്നെ തൃണമെന്ന് ചൊല്ലി
അവഗണിക്കുമ്പോഴും ,
ഒരു സമസ്യമാത്രമെൻ ചിത്തിൽ ബാക്കി ,
പറയുവാൻ ഗുണഗണങ്ങളേറെ ഒന്നുമില്ലെങ്കിലും .
ഞാനുമീ മണ്ണിലാരു ജീവനല്ലേ..?
ഞാനുമീ മണ്ണിൽ പിറന്നതല്ലേ.. ?

4. മാറാത്ത ശീലം

പലരോടായ് കുറ്റം പറഞ്ഞവർക്കറിയില്ല ,
താൻ പറഞ്ഞ കഥയുടെ യാഥാർത്ഥ്യമെന്തെന്ന്,
ഏതോ വിഷം തീണ്ടിയ മനസ്സിൽ തളിരിട്ട,
ദുഷിച്ച ചിന്തകളത്രയും
വായ്മൊഴികളായ്,പുതിയ വാർത്തയായ്
ചെവികളിൽ വീഴുമ്പോൾ ,
കേട്ടവർ കൂട്ടമായ് ആർത്തുചിരിപ്പൂ ,
ഒരുവൻ രഹസ്യമായ് ചെയ്ത,
അപരാധമെന്തോ അറിഞ്ഞപോലെ ..
മാന്യനാമൊരുവന്റെ മുഖമൂടിയെന്തോ
അഴിഞ്ഞപോലെ,
ദൂതകാലചരിത്രത്തിലും ,
നിജസ്ഥിതി വ്യത്യസ്തമല്ലെങ്കിലും,
പഴയ വീഞ്ഞിപ്പോൾ വിപണിയിൽ,
പുതിയ കുപ്പിയിലാണെന്നപോൽ,
പുതിയ കഥകൾ പെരുകുന്നു മണ്ണിതിൽ നിത്യം,
സത്യത്തിൻ ന്യായത്തിൻ കണ്ണുകെട്ടാൻ ,
അസത്യത്തെ തിളങ്ങുന്ന സത്യമാക്കീടുവാൻ .

5. അക്ഷരത്തെറ്റുകൾ

കല്ലുപെൻസിലാൽ കുത്തിക്കുറിച്ച,
അക്ഷരമാലയിൽ നിറഞ്ഞൊരാ ,
തെറ്റുകളെല്ലാമെ തിരുത്തി ഞാൻ ,
വഴിക്കണക്കെഴുതി വഴിമുട്ടിനിന്നൊരാ ,
ഗണിതത്തിൻ അക്കങ്ങൾ കൂട്ടിയെഴുതി ഞാൻ ,
കഴിഞ്ഞകാലങ്ങളെല്ലാം സ്മരണയാകുമ്പോൾ ,
അനുഭവമെന്ന അറിവുമേന്തി ,
യാത്രതുടങ്ങിയ ജീവിതത്തിൽ,
പക്ഷെ, അക്ഷരത്തെറ്റുകൾ സുലഭമായ്..
കൂട്ടിയും കിഴിച്ചും തിരുത്തിയും ,
കണക്കുകളേറെ കൂട്ടിയിട്ടും,
ഉത്തരമറിയാത്ത കടങ്കഥപോലെ.
തുടർജീവിതം മുന്നിലൊരു ചോദ്യമായ് .

6. ആവർത്തനമരുതേ പ്രവർത്തികളിൽ

തെറ്റുകൾ വീണ്ടും ആവർത്തനമാകാതെ,
അതിനുള്ള കാരണം നിരവധി വിവർത്തനങ്ങളാകാതെ,
പ്രതിവിധി ചെയ്യുവാൻ അവസരങ്ങളണയുമ്പോൾ ,
അവസരോചിതമായ് തെറ്റ് തിരുത്തുന്ന മാനവർ,
കേവലം കുറഞ്ഞനാൾമാത്രം,
വാഴുമീ ധരണിയിൽ ചെയ്യും ,
വലിയൊരു പുണ്യമെന്നതിനെ നിസംശയം ചൊല്ലണം.
നീ ചെയ്യും കർമ്മത്തിൽ കുറ്റങ്ങൾ കാണുവാൻ ,
നൂറുകണ്ണുകളുണ്ടാകും ചുറ്റിലും നിത്യം,
അവരതിൽ കാണും പലന്യായങ്ങളും ,
പക്ഷെ, ഒരുവചനം മാത്രം നീ ഓർക്കണം മാനവാ,
അവനവൻ ചെയ്യുന്ന കർമ്മത്തിൻഫലമീ മണ്ണിൽ,
അവനവൻതന്നെ അനുഭവിച്ചീടുമെന്നത് നിശ്ചയം.

7. ഓർമ്മതൻനിറങ്ങൾ

ബാല്യത്തിനോർമ്മകൾ മായാതെ നിൽക്കുന്ന,
ശിഷ്ടങ്ങളായ് മാറും ചില ചിത്രങ്ങളിൽ,
മധുരം നിറയും സ്മരണയിൽ കലർന്ന,
ചുവന്ന വരപോൽ കാണാം കദനങ്ങളും ,
വിരിയും പലവർണ്ണപ്പൂക്കൾക്കും താഴെയായ്കാണാം,
കൊഴിഞ്ഞ മലരായ് മാറിയ നഷ്ടസ്വപ്നങ്ങളും,
വിധിയുടെ പുളിയും ചവർപ്പും കയ്പ്പും മധുരവും
വേർതിരിച്ചറിയാൻ കഴിയാത്ത,
ഇന്നിന്റെ നഷ്ടം തന്നെയെൻ ബാല്യകാലം .
നിഴലായ് കൂടെചരിക്കുന്ന മരണത്തിലലിയുംവരെയും
ഓർമ്മകളൊടുങ്ങാത്ത,
സത്യമാണെന്നുമെൻ ബാല്യകാലം .

8. ശേഷിപ്പുകൾ

കടലലകളെന്നോ കരയിൽ തള്ളിയ
വെറുമൊരു ചിപ്പിതൻ
പുറംതോടാണെങ്കിലും,
അതീ പാരിലുള്ള കാലമത്രയും
ആഴിയിലൊരു ജീവൻവാണതിൻ
സ്മാരകം തന്നെയല്ലയോ ?
തുടർ ജീവിതം നിർജ്ജീവമാണെങ്കിലും,
ദേഹി വെടിയുംവരെ ഓരോ ദേഹവും ,
മണ്ണിലെ മായാത്ത സ്മാരകം തന്നെ..
നാളെയിൽ പഴമയുടെ ചരിത്രം പറയുവാൻ ,
നാളെയിൽ പഴമയുടെ ചരിത്രമായ് മാറുവാൻ

9. അടയാളങ്ങളും കൊതിക്കുന്നു

ഞെട്ടറ്റ് വീണിട്ടും മണ്ണിലെ
നിയോഗം തീരാത്തപോൽ
ഞാൻ കാലങ്ങളേറെയായ്
ശുഭ്ര താളുകൾക്കിടയിൽ
അടയാളമായ് മാറിയ ..
ഒരു ചെറുദലമാണെങ്കിലും,
ദിനം ദിനം മാറി മറിഞ്ഞൊരാ
താളുകൾക്കിടയിലും നിത്യം,
അറിഞ്ഞുഞാൻ നവ നവ
ചിന്തകൾ, അറിവുകൾ ...
നിരനിരയായ് നിറഞ്ഞൊരാ
അറിവിന്റെ അക്ഷരഖനികളിൽ
എങ്കിലും കൊതിക്കുന്നു
എൻ മനം അടങ്ങാതെയെന്നും,
കേവലം പൊടിയായ് പടർന്ന്
വായുവിലലിയും മുന്നേ ...
വെറുമൊരു ഇലയായ് ..
ഒരു ദിനമെങ്കിലും അവനിയിൽ
മണ്ണിന്റെ നനവേറ്റുറങ്ങുവാൻ .
വെറുമൊരു ഇലയായ് ..
ഒരു ദിനമെങ്കിലും അവനിതൻ മാറിലെ
മണ്ണിന്റെ നനവേറ്റുറങ്ങുവാൻ .

10. വിടപറയും നേരം

ഉണങ്ങിയ തണ്ടിലും ,
പ്രതീക്ഷതൻ മുകുളമായ് ,
മിഴിതുറന്നൊരു ദലംപോലെ,
കഷ്ടങ്ങളേറെ ശിഷ്ടങ്ങളാക്കി ,
ആണ്ടൊന്ന് വീണ്ടും പടിയിറങ്ങുമ്പോൾ ,
പുതിയ ലക്ഷ്യങ്ങൾക്ക് നിറം പകരുവാനായിതാ ,
പുതുവർഷം പിന്നെയും പിറന്നു മണ്ണിൽ .
മൗനമായ് വിടപറയുന്ന വർഷമേ ...
പ്രളയവും വ്യാധിയും നിറഞ്ഞാടിയെങ്കിലും,
നഷ്ടങ്ങൾക്കിടയിലും ചെറുനേട്ടങ്ങൾ നൽകിയ ,
നിന്നോട് ചൊല്ലുവാൻ നന്ദി മാത്രം ,
ഭൂതകാലത്തിൽ ഓർമ്മയായ് മാറുന്ന ,
നിന്നോട് ചൊല്ലുവാൻ നന്ദി മാത്രം .

11. കുറിമാനം

നീയറഞ്ഞുവോയെൻ കുഞ്ഞുശാരികേ, തോഴി..
എന്നച്ഛരൻ വന്നെത്തീടുമെൻ ചാരെ നാളെ ...
സമ്മാനമായ് പട്ടുപാവാടയും പുത്തൻ പാവയുമായ് ...
വാത്സല്യത്തോടൊപ്പം സ്നേഹയുമ്മയുമായ് ...
എന്നച്ഛരൻ വന്നെത്തീടുമെൻ ചാരെ നാളെ ...
നിന്നോട് കിന്നാരം ചൊല്ലുവാനായ് ...
നാളെമുതൽക്കെ ഞാൻ വന്നിടാഞ്ഞാൽ ..
ശാരികപ്പൈതലേ പിണങ്ങീടല്ലേ ...
കാരണം, എന്നച്ഛരനുണ്ടാവുമെന്റെ ചാരെ ...
ഇനിയെന്നുമെൻ തോഴനായ് ...
എന്നച്ഛരനുണ്ടാവുമെന്റെ കൂടെ .

12. പ്രണയാർദ്രം

നിൻ,കരിമിഴിയിണകൾ തുടിക്കുന്നുവോ ...
ആരെയോ കാണാൻ കൊതിച്ച പോലെ ...
നിൻ,ഹൃദയത്തിൽ അനുരാഗം നിറയുന്നുവോ ...
പ്രിയനാരോ ചാരെയണഞ്ഞപോലെ ...
എന്നുംനീ , പെരുവിരലാൽ മണ്ണിൽ,
വരൊച്ചൊരെൻ ... ചിത്രങ്ങൾ,
അപൂർണ്ണമാണെങ്കിലും, സഖീ ...
നീയെൻ മനസ്സിൽ ,
നിറച്ചൊരാ സ്വപ്നങ്ങൾ,
പരിപൂർണ്ണമാണെന്നുമേ ...
അതിനേഴ് നിറമാണെന്നുമേ.

13. നേര്

ചാരെവന്ന് ചിരിക്കുന്നവൻ,
ചാരനാണെന്നറിഞ്ഞിട്ടും,
ചിരിയോടെയവനെ
ചേർത്തുപിടിക്കുന്നതും സൗഹൃദം,
പക്ഷെ .. ചതിയാണ് മുന്നിലെ,
വിധിയെന്നറിഞ്ഞിട്ടും,
ചിത്തം നുറുങ്ങുന്ന നോവിലുമവനേ..
ചങ്ങാതിയെന്ന് ചൊല്ലുന്നതോ ..
പാഠം പഠിക്കാത്ത നല്ല സൗഹൃദം..?

14. ഒരു നോക്ക് കാണുവാൻ ..

ചിരിക്കുന്നു കരിയിലകൾ പോലും ,
നിൻ പാദസ്പർശമേൽക്കുന്നനേരം,
നേർത്ത ശീലയാൽമറച്ച നിൻ വദനം,
ഒരു നോക്കുകാണുവാൻ,
എൻ മുന്നിലെ തിരശ്ശീല ,
ഒരിളം കാറ്റിനാൽ തെല്ലൊന്നു നീങ്ങുവാൻ ,
കൊതിച്ചുകൊണ്ടെന്നുമിടെ ഇരിക്കുന്നു ഞാനും ,
കാണാത്ത നിൻമുഖം
മനസ്സിൽ പതിഞ്ഞ പോൽ,
ഒരു നോക്ക് കാണുവാൻ,
കൊതിയോടെ ഞാൻ നിന്നെ ...
നോക്കുന്നു നിത്യം ..

15. കൊഴിയാത്ത പൂവുകൾ

ചിരിതൂകി വിരിയുന്ന
പുലരികൾ അകലുമ്പോൾ ,
അറിയില്ല സഖേ ...
നമ്മിലാരാദ്യം യാത്ര ചൊല്ലുമെന്നും,
കൂടെ തുണയേതുമില്ലാതെ,
മണ്ണിലൊരു ഓർമ്മയായ് ,
വെറുമൊരു നാമമായ് മാറുമെന്നും,
എങ്കിലും സഖേ ...
ദേഹം യാത്ര മൊഴിഞ്ഞെന്നാകിലും,
പ്രണയാർദ്രമായ് മനം തുടിച്ചിടും നാൾവരെ
ദേഹികൾ തമ്മിൽ പിരിയില്ലൊരിക്കലും ..
മണ്ണിൽ പ്രണയത്തിൻ പൂവുകൾ
കൊഴിയില്ലൊരിക്കലും.

16. അന്നുപെയ്ത മഴയിൽ

ഒരുദിനം മേഘനാദത്തിൻ അകമ്പടിയോടെ,
ജലദങ്ങൾ കാർമേഘമായ് തിങ്ങിവാനിൽ,
കരയാകെ ചെറുമണി മാരീമുത്തുകൾ,
വീണുനീളേ കൂർത്ത സൂചിപോൽ നിരനിരയായ് .
മണ്ണേറ്റുവാങ്ങീ മാറിൽ ശരംപോലെയെത്തിയ..
ആ ..മഴതൻ കുളിരിനെ ... പക്ഷേ,
മാരിതൻ ഭാവം പേമാരിയായ് തീർന്നതും ...
ഊഴിതൻ ഹൃദയം തകർന്നപോൽ ..നാട്ടിൽ
പുഴകൾ കരകവിഞ്ഞൊഴുകീ ഭ്രാന്തമായ് ...
ഉരുൾപൊട്ടി മലയിലെ കാടും പുൽമേടും...
ഒന്നായലിഞ്ഞൂ പ്രളയമായ് മാറിയ മഹാമാരിയിൽ ...
മർത്യന്റെ സ്വപ്നസാക്ഷാത്ക്കാരമായ് നിലകൊണ്ട ...
ഭവനങ്ങൾ പലതും അടിതെറ്റിവീണു പുഴകളിൽ .
നാളുകൾ പലത് കഴിഞ്ഞെങ്കിലും,
ഇന്നും നടുക്കുന്ന ഓർമ്മയായ് നിൽക്കുന്നു..
അന്നുപെയ്ത മഴയിൽ നിറഞ്ഞൊഴുകിയ പുഴയും...
മണ്ണിൽ ദുരിത ദുരന്തം വിതച്ച പ്രളയവും .

17. ജീവിതം

കാലങ്ങൾ നിലയ്ക്കാതെ
കുതിക്കുന്ന മണ്ണിൽ,
ഏകാന്തവാസത്തിനന്ത്യംകുറിച്ച്,
ഭൂവിലെ പൊരുത്തങ്ങളൊക്കെയും
ഒത്തുനോക്കീ..
രണ്ട് ദേഹങ്ങളൊന്നായ്
ചേർന്നതിൻ ഫലമായ് ,
നവ ദേഹവും ദേഹിയും
പിറവിയെടുക്കുന്നു നിത്യവും മണ്ണിൽ .
പിറക്കുന്ന മാത്രയിലേവരും
സനാതരായ് മാറുന്നു
ഞൊടിയിടയിൽ, പക്ഷെ..
കാലം നൽകുന്ന സമ്മാനമായ്,
വാർദ്ധക്യമെന്ന ജരപടരുംന്നേരം ...
ഏകനായ് മരണം പുൽകും മുൻപേ ...
സനാഥനാണെങ്കിലും മർത്യൻ
അനാഥനായ് മാറുന്നുവോ ...
രക്തബന്ധങ്ങളെ പണംകൊണ്ടളക്കുന്ന
കലികാലമിതിൽ.

18. ഒളിക്കുന്നമ്പിളി

താരകം വിരിയുന്ന വിണ്ണിന്റെ വീഥിയിൽ..
മെല്ലേ..നീങ്ങുന്ന വെണ്ണിലാവേ..
ഇരവിൽ, ഞാൻപോകുന്നിടത്തെല്ലാം ,
വെളിച്ചം വിതറിയെൻ പിന്നാലെ വന്നിട്ട്..
തമസ്സിനായ് വീണ്ടും ,
അരങ്ങൊഴിഞ്ഞെന്നപോൽ,
എന്തേ ..പൊടുന്നനെ മറഞ്ഞുപോയി ,
മണ്ണിൽ വിരിഞ്ഞ ആമ്പലിൻ ചിരികണ്ട് ...
നാണിച്ച് മുഖംപൊത്തി നിന്നതാണോ ..?
അതോ ....
നിൻ പ്രിയസഖി നിന്നെ കാണാതിരിക്കുവാൻ ...
കാർമേഘകുടച്ചൂടി നിന്നതാണോ ?

19. യാഥാർത്ഥ്യം

അക്ഷരമുറ്റത്തെത്തിയ നാൾ മുതൽ ...
നല്ല മിത്രങ്ങളായൊത്തുചേർന്നവർ നമ്മൾ ..
എന്നുമൊന്നിച്ച് കൈകോർത്ത് നീങ്ങി ..
ചിരിയോടെ പുഴയിൽ നീന്തിത്തുടിച്ചവർ നമ്മൾ ...
പക്ഷെ ... മഹാമാരിതൻ നാളുകൾ നമ്മേ ...
തീണ്ടാപാടലെ അകറ്റിനിർത്തിയെന്നാകിലും ...
മുറിയാത്ത ഒന്നാണ് എന്നും ... സ്മരണകളും,
കൂടെ നിഴൽപോലെ നിൽക്കുന്ന സൗഹൃദങ്ങളും ...
മുന്നിൽ കഷ്ടങ്ങളനവധി അതിരുകളാകുമ്പോഴും ,
ചതിക്കാതെയെന്നും, മനസ്സുകൊണ്ടെങ്കിലും,
തുണയേകി നിൽക്കുന്ന സൗഹൃദങ്ങൾ,
അവതന്നെയല്ലോ.. ഉഴലുന്ന ചിത്തിന് ,
ആശ്വാസമേകുന്ന മുഖചിത്രങ്ങളും

20. മോഹം

പാരിലൊരു താരായ് വിരിയുവാൻ,
കാലങ്ങളേറെ കൊതിച്ചു ഞാൻ ,
അതിനായൊരു പുതുനാമ്പിൽ മുകുളമായ് ,
പലദിനം വ്യതമേറെ നോറ്റുഞാൻ ..
മഴമേഘങ്ങൾ മൂടിയ നിശയിലും...
പകലോനുണരുന്ന പകലിലും,
നിനച്ചുപോയ് ഞാനെൻ മിഴിതുറക്കാൻ, വൃഥാ ..
കൊതിച്ചുപോയ് ദളമൊന്നുവിടർത്തീടുവാൻ .
മഴമേഘങ്ങൾ പുണരുന്ന രാത്രിയിൽ, വിണ്ണിൽ ...
വിധുവിന്റെ പുഞ്ചിരിമാഞ്ഞിടുമ്പോൾ , നിത്യം ...
കണ്ടുഞാൻ കനവിലൊരു നവപുലരിയേ,
ഒരു നാളിൽ ഞാൻകാണും പുതുപുലരിയേ ...

21. വികൃതി

പ്രകൃതിതൻ മിഴിനീർ
മാരീകണങ്ങളായ് ,
മണ്ണിലേയിലകളിൽ
കണിപോലെ നിറയുമ്പോൾ,
അവനിയിൽ മാനുജർ,
ഇലതിങ്ങും മരങ്ങളെ ..
കടയോടെ വെട്ടുന്നു,
പ്രകൃതിയോടിനിമേലിൽ,
കരയരുതെന്നോതും
താക്കീത് പോലെ .
പക്ഷെ, കരയാതിരിക്കുവാൻ ,
കഴിയാത്ത പ്രകൃതിയോ ..
പൊട്ടിക്കരയുന്നു, നിറയുന്നു,
മാഹാമാരിയായ്,പ്രളയമായ്
ഭൂമിയിലെങ്ങും നീളെ ... നീളെ.

22. മുന്നറിയിപ്പ്

കരുത്തുറ്റ മരങ്ങൾ തിങ്ങിയ മലകളെ ,
മരക്കുറ്റികൾ ശേഷിച്ച പാഴ്ക്കുന്നാക്കിമാറ്റിയ ലോകരേ..
മണ്ണിന് കരുത്തേകി നിൽക്കും വനങ്ങളെ നിത്യം ...
വെട്ടിനിരത്തി മണ്ണിൽ മരുഭൂമി പണിയുന്ന ലോകമേ...
മറക്കരുതയ്യോ ...നമ്മൾവാഴും ഭുമിയെ ..
മറക്കരുതയ്യോ ... ജീവജാലങ്ങൾ വാഴുമീ, ഊഴിയെ ,
ഒരുനാളണകെട്ടി നിർത്തിയ നദിയോ മഴയിൽ...
പലനാളൊഴുകി പലവഴിതേടി കരയിൽ,
മരങ്ങൾ മങ്ങിയ മലയോ മഴയിൽ,
ഇടിഞ്ഞുവീണു ചെളിമണ്ണായ് , പാറയായ് നാട്ടിലാകെ .
ദിനവും മരണം നിറയും ദുരന്തങ്ങൾ കൺമുന്നിൽ ,
പുത്തൻ വാർത്തയായ് തെളിയുമ്പോൾ..
ഇനിയും ,മറക്കരുതയ്യോ ... ലോകരേ ...
നമ്മൾവാഴും ഭുമിയെയെ ..
ഇനിയും, മറക്കരുതയ്യോ ... ലോകരേ...
ജീവജാലങ്ങൾ വാഴുമീ, ഊഴിയെ.

23. കടമയും കർമ്മവും

കൊഴിഞ്ഞുവീഴുന്ന താരുകൾപോലെ
കഴിഞ്ഞുപോകുന്ന ദിനങ്ങളിലെല്ലാം .
നാം, കർമ്മങ്ങളേറെ ചെയ്തുവെന്നാകിലും,
കാണാം അതിലുമതിലേറെ പൂർണ്ണമാകാത്തവ ,
ബന്ധങ്ങൾ നൽകുന്ന ബന്ധനങ്ങൾ,
ജീവിത പ്രാരാബ്ദമെന്നതിൻ ചിന്തകളും ,
ചെയ്യുവാൻ കടമകളേറെ ബാക്കിയാക്കി ,
ചോദ്യങ്ങൾക്കുത്തരം ശിഷ്ടമാക്കി ,
പ്രതിവിധികളൊക്കെയും പ്രതീക്ഷയാക്കി,
ഓരോ ദിനങ്ങളും ഓർമ്മയാകുമ്പോൾ ,
നാം ചെയ്ത കർമ്മങ്ങളേറെയാണീ മണ്ണിൽ,
അതിനൊപ്പം നാം ചെയ്ത കടമകളും,
പക്ഷെ, നാം ചെയ്ത കർമ്മത്തിൻ ,
വിധിയെന്തെന്നറിയുവാനെന്ന പോൽ,
ജീവിതമിനിയും പാരിതിൽ ബാക്കി.. നിത്യവും,
പുതിയ പ്രഭാതം ശുഭദിനം ചൊല്ലുമ്പോൾ
ചെയ്യുവാൻ വീണ്ടും , പുത്തൻ ...
കടമയും കർമ്മവും പിന്നെയും ബാക്കി .

24. മനം മാറ്റം

മഷി വരണ്ടുണങ്ങിയ തൂലികപോലെ,
അക്ഷരങ്ങൾ പിണങ്ങിയ ,
കടലാസ്സുകൾപോലെ,
ശൂന്യമാണിന്നെൻ മനം..സഹോ ..
അതിൻകാരണം പലതെങ്കിലും,
പ്രണയഭാവങ്ങൾ തിങ്ങിയ , എൻ ,
മനസ്സിലെ ഭാവനകളെല്ലാമിന്ന് ...
വിരഹ കാവ്യങ്ങളായ് ,
അകതാരിൽ നിറയുന്നു വീണ്ടും ,
വിരഹവും,വിയോഗവും,വിദ്വേഷങ്ങളും ,
അലതല്ലിയെന്നുള്ളം ഉലച്ചിടുമ്പോൾ ,
ശോകഭാവങ്ങളല്ലാതെ വേറെന്ത് വിരിയാൻ ..
എൻ മനസ്സിന്റെ പുസ്തക താളുകളിൽ .

25. സ്വപ്നസഞ്ചാരം

വർണ്ണം നിറഞ്ഞൊരെൻ സ്വപ്നത്തിലെങ്കിലും,
അംബിളി തോണിതൻ തുഞ്ചത്തിരുന്ന് ...
തഞ്ചത്തിൽ വിണ്ണിലെ കാഴ്ചകൾ കണ്ട്,
ആഴികളേഴും പിന്നിട്ട് ചെന്ന്,
മുത്തും പവിഴവും വാരിയെടുക്കാൻ ,
വെൺമേഘപാളിയാൽ വിണ്ണിൽ തീർത്തൊരു ,
മഴവില്ലിൻ കൊളുത്തിട്ട സ്വർഗ്ഗവാതിൽ തുറന്ന്,
വിസ്മയക്കഴ്ചകൾ ഒന്നൊന്നായ് ,
നിദ്രയെൻ മിഴികളെ തഴുകും നേരത്തിനായ് ..
കൊതിയോടെ ഞാനെന്നും കാത്തിരിക്കുന്നു സഖേ ..
സ്വപ്നത്തിലെങ്കിലും വിജയങ്ങൾ നേടുവാൻ ...
കൊതിയോടെ ഞാനെന്നും കാത്തിരിക്കുന്നു സഖേ ..

26. കനവിൽ വിരിഞ്ഞ നിനവുകൾ

മനസ്സിൽ കനവായ് വിരിഞ്ഞ വർണ്ണങ്ങൾ ചേർത്ത്,
ഞാൻ ദിനവും നെയ്തു നിനവുകളേറേ...
പ്രതീക്ഷകളാണതിലേറെയും..
പകൽസ്വപ്നങ്ങൾ ഫലിക്കുമെന്നാരോ ചൊല്ലിയ,
ശുഭപ്രതീക്ഷകളാണതിലേറെയും..
ബാല്യകാലം മുതൽ സഖിയോട്,
പറയാതെയുള്ളിൽ സൂക്ഷിച്ച
പവിത്രമാം പ്രണയത്തിൻ ശുഭപര്യവസാനവും ...
സ്വന്തമായുള്ളാരു മണ്ണിൽ ഇരുനിലയില്ലെങ്കിലും
തലചായ്ച്ചുറങ്ങുവാനുതകുന്ന ചെറിയൊരു വീടും ...
അല്ലലില്ലാതെ അന്നം മുട്ടാതെ അന്നന്ന് ,
ജീവിതം മുന്നോട്ട് നീക്കുവാൻ,
നല്ലൊരു വേലയുമങ്ങനെ ...
അലപോലെ അകതാരിൽ സ്വപ്നങ്ങൾ നിത്യം,
നിരനിരയായ് അണയുന്ന നേരവും ..
എൻ.. പ്രതീക്ഷകളാണതിലേറെയും,
പകൽസ്വപ്നങ്ങൾ ഫലിക്കുമെന്നാരോ ചൊല്ലിയ,
ശുഭപ്രതീക്ഷകളാണതിലേറെയും..

27. നിഴലെന്ന സത്യം

"ഞാൻ നിന്നെ പിരിയാത്ത മിത്രം നിത്യം ",
അതു തന്നെയല്ലെ ..? നിഴലെന്നോട് ചൊല്ലുന്ന സത്യം ..
അനുദിനം ചാരെയണയുന്ന മോദത്തിനൊപ്പം ചെമ്മെ...
വന്നണയും പിന്നാലെയായ് നീറുന്ന കദനവും ...
നവ ചിരികൾ നിറയുന്ന മുഖങ്ങളൊരുനാളിൽ
ചിരിമാഞ്ഞ വദനമായ് തീരുമെന്നതും നിശ്ചയം ...
പുലരിയിൽ ചിരിതൂകി നിൽക്കുന്ന കതിരോനും ..
ഇരവിനായ് വഴിമാറി നിൽക്കേണം ദിനം ദിനം
മാറ്റങ്ങൾ പലതും നിറയുന്ന മണ്ണിൽ
മറ്റമതില്ലാത്ത മമ നിഴൽ മാത്രം തത്ഥ്യം ..
ഉറ്റവരുടയവർ വേണ്ടെന്ന് വെച്ചാലും,
നിൻ നിഴൽ മാത്രമാണെന്നും പിരിയാത്തമിത്രം
"ഞാൻ നിന്നെ പിരിയാത്ത മിത്രം നിത്യം ",
അതു തന്നെയല്ലെ ..? നിഴലെന്ന സത്യം ..

28. എന്നും എന്നെന്നും

ഒരു നാൾ മഴയിലെൻ വലതുകരം കവർന്നവൾ ,
ചെറുമഴയിൽ കുളിർത്തെന്നലായ്
വന്നെൻ ഹൃദയംകവർന്നവൾ ,
ഒരു കുടക്കീഴിലെൻ ചുവടുകൾക്കൊപ്പം
നിഴലായ് ചരിച്ചവളാണൾ ..
എൻ ചോദ്യത്തിനൊക്കെയും മറുപടിയെന്നപോൽ
കുണുങ്ങി ചിരിച്ചവളാണൾ..
എൻ പ്രിയതമയാണവൾ എൻ ജീവിതപാതയിൽ,
മനസ്സിന്റെ പാതിയായ് ജീവന്റെ പാതിയായ് ...
നല്ലപാതിയായ് തീർന്നവളാണവൾ ..
ഒരുനാൾ മഴയിലെൻ വലതുകരം കവർന്നവൾ ,
ചെറുമഴതൻ കുളിർത്തെന്നലായ് വന്നെൻ
ഹൃദയം കവർന്നവൾ ,
ഞാനേകനായ് നിങ്ങിയ വീഥിയിലെൻകൂട്ടായ്
സ്നേഹിതയായ് വന്നവളാണൾ..
ഇനിയെന്നുമെന്നെന്നുമെൻ പ്രിയതമയാണവൾ.

29. അപ്രതീക്ഷിതം

പ്രതീക്ഷകളില്ലാതെ കരയുന്നു മാനവർ
വിടചൊല്ലും പ്രാണന്റെ കണക്ക് നോക്കി..
പരതുന്നു ആതുരാലയങ്ങളിൽ നീളെ
മഹാമാരിതൻ പ്രഹരത്തിൽ നീറി നീറി ,
നിൽക്കുന്നു ലോകർ പൊരിവെയിലിലും നിരയായ്
മഹാവ്യാധിതൻ ഔഷധം നേടിടുവാൻ ,
അതിനിടയിൽ അടിതെറ്റി വീഴുന്നു പലരും,
അരുണന്റെ കിരണത്തിൻ താപമേറ്റ്,
ശവക്കച്ചകൾ ചുറ്റിയ ജഢങ്ങൾ അനവധി
നിരവധി മുറികളിൽ നിറയുന്നുവെങ്കിലും ..
രക്തബന്ധങ്ങളോ ആത്മബന്ധങ്ങളോ അരുമേയില്ലിന്ന്
ചാരെ ഒരുതുള്ളി കണ്ണീര് നൽകുവാനായ് ,
പണമെവിടെ... പണത്തിന്റെ അഹന്തയിന്നെവിടെ
ജീവനായ് കേഴുന്ന മർത്യന്റെ മുന്നിൽ ..?
പണമെവിടെ... പണത്തിന്റെ അഹന്തയിന്നെവിടെ
ഒരു ചെറിയകണികയാം വായുവിൻ മുന്നിൽ ...?
നിലയെവിടെ വിലയെവിടെ അധികാരമെവിടെ
ലോകം ഭരിക്കുന്ന വ്യാധിക്കു മുന്നിൽ ...?
ചൊല്ലു നീ മാനവാ, ചൊല്ലു നീ മാനവാ .. നിൻ
നിലയെവിടെ വിലയെവിടെ അധികാരമെവിടെ
ലോകം ഭരിക്കുന്ന വ്യാധിക്കു മുന്നിൽ ...?

30. തൊഴിലാളി

കർമ്മങ്ങളൊടുങ്ങാത്ത അവനിതൻ മാറിൽ
കർമ്മനിരതനായ് വാഴുവോർ തൊഴിലാളികൾ ...
അന്നന്ന് വേണ്ടുന്ന അന്നത്തിനായ്
അടരാടി വാഴുവോർ തൊഴിലാളികൾ,
പണ്ട് കാലം മുതൽക്കെ മണ്ണിതിൽനീളെ
നവസൃഷ്ടികൾ നാട്ടിയോർ തൊഴിലാളികൾ ..
കരിമ്പാറകൾ തിങ്ങിയ മലനിരയിലും,
ചുഴികൾ നിറഞ്ഞ ആഴിയിലും ...
കയ്യൂക്കുകൊണ്ട് കൈകരുത്ത് കൊണ്ട്
നവകഥകൾ രചിച്ചവർ തൊഴിലാളികൾ ..
വിമാനങ്ങളും മഹായനങ്ങളും,
നിർത്താതെ അലറുന്ന യന്ത്രങ്ങളും ...
ചിന്തയും ബുദ്ധിയും ഒന്നിച്ച് ചേർത്ത്
കാൽക്കീഴിലാക്കിയോർ തൊഴിലാളികൾ ..
വിണ്ടുവരണ്ടുണങ്ങിയ മണ്ണിൽ
വെള്ളം നനച്ച് വിത്തുകൾ പാകി
പൊൻകതിർ കൊയ്തവർ തൊഴിലാളികൾ ...
വികസനമെന്നതിൻ നാഡികൾ പോലെ
കർമ്മനിരതരായ് വാഴുവോർ തൊഴിലാളികൾ,
കർമ്മങ്ങളൊടുങ്ങാത്ത അവനിതൻ മാറിൽ
കർമ്മനിരതനായ് വാഴുവോർ തൊഴിലാളികൾ ...
അന്നന്ന് വേണ്ടുന്ന അന്നത്തിനായ്
അടരാടി വാഴുവോർ തൊഴിലാളികൾ,

31. യാഥാർത്ഥ്യം

മുന്നിൽ നടന്ന സത്യങ്ങൾ മിഥ്യകളല്ലൊരിക്കലും
ജീവിത പാഠങ്ങൾ തന്നെയെന്നോർക്കണം നിത്യം ....
ചെറു ചാറ്റലായ് തുടങ്ങിയ പൊടി മഴ പിന്നെ
തോരാത്ത മാരിയായ് മണ്ണാകെ മുക്കിയ
പേമാരിയായ് അണപൊട്ടി വന്നതും ...
ധനമേറെ മണ്ണിൽ നേടിയിട്ടും പ്രളയത്തിൽ
ദേഹികൾ കൈവിട്ട ശവങ്ങളെ
മറവ് ചെയ്യാനിടമില്ലാതെ
രക്ഷതൻ കാലൊച്ച കാതോർത്ത നാളുകൾ ...
നാലു ചുവരുകൾക്കുള്ളിലൊതുങ്ങിയ
മാനവ ഗണങ്ങളെ ജാതി വർണ്ണബേധമതേതുമില്ലാതെ
ഒരു കുടക്കീഴിലൊതുക്കിയൊരു പ്രളയം ... പക്ഷെ,
ആഴിയിൽ മുങ്ങിയ തരണിയോടൊപ്പം
മറന്നുപോയെല്ലാം ... മാനുജർ.
മറവിയെന്നത് മനുഷ്യസഹജം.. അതുപോലെ
മറവിയിൽ വീഴാത്ത ഓർമ്മയും മനുഷ്യസഹജം...
എങ്കിലും,മറവികൾക്കുളൊരു മറുമരുന്നെന്നപോൽ
മഹാമരികൾ പലതും പടരുന്ന ഭുമിയിൽ
വ്യാധിയാൽ പലരും മണ്ണോട് ചേരുന്നു നാളിതിൽ ..
കിട്ടിയ അനുഭവങ്ങൾ സർവ്വതും മിഥ്യയല്ലൊരിക്കലും ,
ഭാവി ജീവിതത്തിനുതകുന്ന പാഠമെന്നോർക്കണം നിത്യം
....

32. പകരമാവില്ല ഒന്നും

പകരമാവില്ല ഏഴുവർണ്ണങ്ങൾ അതിലേറെ
അഴകുള്ളനിൻ വദനത്തിൽവിരിയും
മന്ദസ്മിതത്തിനു മുന്നിൽ ...

പകരമാവില്ല അനന്തമാം ആഴിതൻ മാറിലെ
അടങ്ങാത്ത തിരകൾ നിൻ
മനസ്സിന്റെ ഉണ്മയാം നന്മയ്ക്കു മുന്നിൽ ...

പകരമായ് തികയില്ല വിണ്ണിലെ
ചിരിക്കുന്ന നക്ഷത്രമൊക്കെയും
സുറുമയാൽ ഒളിവിതറും നിൻ
മിഴികൾക്കു മുന്നിൽ ...

ഒരിക്കലും പകരമാക്കില്ലയെൻ
കരുതലും സ്നേഹവും പേറ്റുനോവറിഞ്ഞ്
മണ്ണിൽ മർത്യന് ജന്മം നൽകുന്ന നിൻ
ഗർഭപ്രാത്രത്തിന് മുന്നിൽ..

സഖി ... നിനക്ക് പകരമായൊന്നുമേ ഇല്ലയെന്നുമേ
എൻ ജീവനായ് നിഴലെന്നപോലെ
എന്നുമെൻ കൂടെ പിരിയാതെ നിൽകുന്ന
ജീവിത യാത്രയിൽ .

33. കാരണം അകാരണം

പ്രകൃതിയിൽ പ്രണയഗീതികൾ
മുറപോലെ നിറയുന്നുവെന്നും
തുണപോലെ ഇണപോലെ
ഹൃദയതാളം പോലെ ...
മണ്ണിനെ പുണരുന്ന തിരയും ,
താരിനെ തഴുകും തെന്നലും,
അരുണന്റെ കിരണം മാറിൽ പതിച്ചപോൽ
കുളിരോടെയൊഴുകുന്ന പുഴയും ...
ആര്യന്റെ കാമുകി സൂര്യകാന്തിയും
ചന്ദ്രന്റെ പ്രണയിനി ആമ്പലും
ഇണക്കുരുവിയും ശലഭവും മൃഗങ്ങളും ...
പ്രകൃതിതൻ മടിയിൽ നിർലോഭമിന്നും
പരിഭവഹീനരായ് പ്രണയം
മുറിയാതെ പ്രണയിച്ചിടുമ്പോൾ ...
ഞാൻ അജയ്യനാണെന്ന ഭാവമോ .
മമ മണ്ണെന്ന തിരാത്തദാഹമോ ..
പച്ചമാംസം ഭോഗിച്ച പുഛമോ .
കാരണം പലതാവാം..
പ്രണയം താലിയായ് മാറുമ്പോഴും
അതുപൊട്ടി തകരുന്നെവിടെയും
ബുദ്ധികേന്ദ്രങ്ങളാം മർത്യജന്മങ്ങളിൽ .

34. ഓർമ്മകളെന്ന കലാപകാരികൾ

മനസ്സിൽ നിലയ്ക്കാതെ വീണ്ടും
ചിരിക്കുന്നു ഓർമ്മകൾ
മനസാക്ഷിക്കുള്ളിലെ തടവറയിൽ കഴിയുന്ന
കലാപകാരിയെ പോൽ ...

മറവിയുടെ മാറിൽ കൊടിക്കുത്തി
വിസ്മൃതിപൂകാതെ ചലിക്കുന്നു ഓർമ്മകൾ
നിരന്തരം മിഴികൾക്ക് മുന്നിൽ
മറവിയിൽ മറയാൻ മനസ്സില്ലാത്തപോൽ ..

ഓർമ്മകൾ മറക്കുവാൻ പലദിനം
പലവിധ മാർഗ്ഗം പരതി ഞാൻ, പിന്നെ
ലഹരിതൻ മടിയിൽ മയങ്ങിവീണു .. എങ്കിലും,

അബോധ മനസ്സിന്റെ വാതിൽ തുറന്നെത്തിയ
ഓർമ്മകൾ വീണ്ടുമെൻ മുന്നിൽ ചിത്രംവരക്കുന്നു...
ഞാൻ മറക്കാൻ കൊതിക്കുന്ന മുഖങ്ങൾതൻ
ചിത്രങ്ങളത്രയും ബഹുവർണ്ണ ചായത്താൽ വരച്ചിടുന്നു.

35. മഴ

മഴ

വിതുമ്പുന്നു മേഘങ്ങൾ മണ്ണിനെ നോക്കി..
ചിലദിനം പൊട്ടിക്കരയുന്നു മേഘങ്ങൾ
മണ്ണിലെ കാഴ്ചകൾ നോക്കി..
ജീവജാലങ്ങളേറെ തിങ്ങി പാർത്തൊരു അടവി ,
അരുണന്റെ സഖികളിൽ പ്രയസഖിയായവൾ ധരണി ...
നാല്ക്കാലി ഇരുകാലി ഉരഗങ്ങളേറെ,
കീടവും കൃമികളും പക്ഷി വർഗ്ഗങ്ങളും പിന്നെ,
ആഴിയിൽ വാഴുന്ന മത്സ്യങ്ങളും ,
മൗനമായ് നിൽക്കുന്ന മലനിരകളിൽ നീളേ ,
പൂത്താലമേന്തി തൃണങ്ങളും ,ചെടികളും ,
തണലേകി നിൽക്കുന്ന വൃക്ഷങ്ങളും ..
ഗതകാല സ്മരണതൻ നോമ്പരമേറ്റപോൽ
മഴയായ് വിതുമ്പുന്നു മേഘങ്ങൾ പാരിനേ നോക്കി..
കുന്നുകളെത്ര തട്ടിനിരത്തി ,
മാമലകളെത്ര തച്ചുതകർത്തു ..
മഴക്കാടെന്ന് ചൊല്ലുവാൻ മരങ്ങളിന്നെവിടെ ?
അവയെല്ലാം കാഴ്ചയിൽ
ദേഹങ്ങളില്ലാത്ത വേരായ് മാറിയോ ?
വാർദ്ധക്യമെന്നത് ഭൂമിക്കുമേറ്റപോൽ
വർണ്ണങ്ങളറ്റൊരു അവനിയേ നോക്കി..
വിതുമ്പുന്നു മേഘങ്ങൾ മഴയായ് മണ്ണിൽ,
പൊട്ടിക്കരയുന്നു മേഘങ്ങൾ മഴയായ് മണ്ണിൽ .

36. തിരികെ

തിരികെ വരുകില്ലെന്നറിയാം വളർച്ചതൻപടവുകൾ
ഒന്നൊന്നായ് കയറിയ നാൾകളിലെന്നാദ്യ
ചവിട്ടുപടിയായ് നിന്നൊരാ ബാല്യക്കാലം ...
വീണ്ടും വിരിയില്ലെന്നറിയാം കഴിഞ്ഞ വസന്തത്തിൽ
വർണ്ണശോഭനിറച്ചൊരാ അഞ്ചികൾപൂവുകൾ ... പക്ഷെ,
ദിനവും പുലരിയിൽ കിഴക്കേ ചരിവിലായ്
നിദ്ര വെടിഞ്ഞുണരുന്ന
ചെംവദനനാര്യനെ കാണുമ്പോൾ ...
കഴിഞ്ഞ വസന്തത്തിൽ
പൂക്കൾ കൊഴിഞ്ഞ പൂഞ്ചില്ലയിൽ
പുതുനാമ്പ് തളിർത്തതിൽ
നവമലരുകൾ വിരിയുമ്പോൾ ...
നിനയ്ക്കുന്നു ഞാനെനും ഓർമ്മകൾമങ്ങി
ഭൂതകാലം കവർന്നോരാ ഇരുണ്ട കാലത്തിൽനിന്നും ...
സഖീ ....നീ വീണ്ടും പ്രസന്നവദനയായ്
വർത്തമാന കാലത്തിൻ വാതിൽതുറന്നെൻ
ജീവന്റെ പാതിയായ് മാറുമെന്ന് ...
ദിനവും വിരിയുന്ന പുലരിയെനോക്കി,
ദിനവും വിരിയുന്ന പതുമലർകളെ നോക്കി ...
തുടിക്കുന്ന മനവുമായ് ...
സഖി , നിനക്കായ് കാത്തിരിക്കുന്നു ഞാൻ ...
പ്രതീക്ഷതൻ കൈത്തിരിനാളം
അണയാത്ത മനമോടെയിന്നും കാത്തിരിക്കുന്നു ഞാൻ .

37. വഴിയുണ്ട് നാളെ

ഉത്തരം കിട്ടാത്ത ചോദ്യങ്ങളത്രയും
അനുദിനം മുന്നിൽ തെളിയുന്നു വീണ്ടും ..
"ഇനിയെന്ത് നാളെ " എന്ന ചോദ്യം നിത്യം,
അന്തിമയങ്ങുന്നനേരം ചിത്തിലുണർന്നിടുമ്പോൾ ..
"വഴിയുണ്ട് നാളെ " എന്ന പ്രതീക്ഷതൻ ഉത്തരം
നിദ്ര പുൽകിടും മുന്നേ....
ദിനവും അകതാരിലാരോ ചൊല്ലിടുന്നു.
കടമാണ്.. എവിടേയും സ്നേഹ ബന്ധത്തിൻ
രക്ത ബന്ധത്തിൻ കുടുംബ ബന്ധത്തിൻ
കടമയാണെവിടെയും...
കടമകളേറെയാണെന്നും ജീവിത വീഥിയിൽ
മകനായി, മകളായി, താതനായ് തായയായ്
കാലം നൽകുന്ന വേഷം കെട്ടിയാടുമ്പൊഴൊക്കെയും...
ഒന്നിന് പിന്നാലെ ഒന്നൊന്നായെത്തുന്ന
ഒഴിയാത്ത കടമകൾ ഉത്തരവാദിത്വമായ്മാറിടുമ്പോൾ,
എന്നും മനസ്സിൽ നിറയുന്ന ചോദ്യം
"ഇനിയെന്ത് നാളെ...? "
ഉടനടി മനം ചൊല്ലുന്നു വീണ്ടും
ആശ്വാസ വാക്കുപോൽ
സുഖനിദ്ര പുൽകുക "വഴിയുണ്ട് നാളെ "

38. ഈസ്റ്റർ

ഞാൻ തകർക്കുമീയാലയം പിന്നെ
മൂന്ന് ദിനംകൊണ്ട് വീണ്ടും
പണിതുയർത്തുമെന്നോതിയ ഈശൻ ..
മനസ്സിൽ തിന്മതൻ കറവീണ മർത്യഗണത്തിന്
നന്മതൻ നേരിന്റെ മാർഗ്ഗം തുറന്ന മഹേശൻ ..
പാപിയാം മർത്യന്റെ വ്യാധികൾ പലതും
നീക്കിയെന്നാകിലും ലോകർ പകരമായേകി
അതിലേറെ യാതനകൾ ...
ചൊല്ലാൻ കുറ്റങ്ങളൊന്നും ഇല്ലെയെന്നാകിലും
നിരയായ് നിരത്തി കള്ളവചനങ്ങളേറെ...
കെടുംഭീകരനൊരുവന് പകരമായിവന്നെ
ക്രൂശിക്കണമെന്നോതി അസൂയതിങ്ങിയ
ചിത്തുമായെത്തിയ നന്ദി ഹീനർ ..
കാരിരിമ്പിൻ അണിതറച്ച് തുളച്ചവൻ
കൈകളും കാൽകളും മനന്നെന്നോതി
കുത്തി നാട്ടി പിന്നെ മരക്കുരിശിൽ ...
സായാഹ്ന സൂര്യൻ ഇരുണ്ടു മറഞ്ഞൊരുനേരം
മർത്യഗണത്തിന്റെ പാപങ്ങൾപേറി
ദേഹം വെടിഞ്ഞന്ന് യേശുദേവൻ ..
രണ്ട് നാൾ വീണ്ടും പകലോനുണർന്നു
ഊഴിയിൽ അന്നേരം ശത്രുക്കളോർത്തു
ദൈവപുത്രന്റെ വാക്കുകൾ ..
ഞാൻ തകർക്കുമീയാലയം പിന്നെ

മൂന്ന് ദിനംകൊണ്ട് വീണ്ടും പണിതുയർത്തും..
കാവൽ നിന്നു ഭടന്മാർ ചുറ്റും പാറയിൽ തീർത്തൊരാ
കല്ലറയിൽ നേരം ഇരുട്ടിയ അന്ത്യ യാമത്തിൽ ...
താൻ ചൊല്ലിയ വാക്കെല്ലാം പൂർണമാക്കാൻ
മരണത്തെ ജയിച്ചമഹേശൻ
ഉടലോടെ വീണ്ടും ഉയർത്തെണീറ്റു ...

39. കാലാവസ്ഥ

നിരന്തരം മാറ്റങ്ങൾതന്നെ ഉലകിതിൽനീളെ ,
ഊഴിയും ആഴിയും, വ്യോമവും ... കാലത്തിനൊത്ത്
പുതിയകോലം കെട്ടുന്നപോൽ
മാറ്റങ്ങൾതന്നെ എവിടെയും
പുതിയ മാറ്റങ്ങൾ തന്നെ നിരന്തരം ..
മണ്ണിന്റെ സിരപോലെ കളകളമൊഴുകിയ
അരുവിയും, പുഴകളും, നദികളും വറ്റിവരണ്ട്
ഭൂമിതൻ ഗർഭത്തിലൊളിച്ചതിൻ, കാരണംതേടി..
പലദിനം മേശയ്ക്ക്ചുറ്റും കൂടിയ മാനവവർ പിന്നെ
മുഖത്തോട് മുഖംനോക്കി മൊഴിഞ്ഞതിനുത്തരം
പ്രകൃതിതൻ മാറ്റമാണതിൻ കാരണം..
ധരണിയിൽ അണ്ടുകളേറെയായ്
മുറതെറ്റാതെയെത്തിയ വർഷമോ...
സമയത്തിനൊത്ത് ചരിക്കാത്തപോലെ
ജലവുമായ് മണ്ണിലണയാൻമടിച്ചതും ...
വിളകളുണങ്ങിക്കരിഞ്ഞു നിലങ്ങളിൽ,
വനങ്ങളിൽ പച്ചിലതിങ്ങിയ മരങ്ങൾപോലും
അസ്തികൾമാത്രമായ് മാറി ദിനങ്ങളിൽ ...
ലോകർവീണ്ടും വട്ടംകൂടി
ശാസ്ത്രം ചൊല്ലിയ തെളിവുകളോടെ
ഇതിനൊരു പ്രതിവിധിയെന്തെന്നറിയാൻ
പലതരം ചോദ്യമുയർന്നൊരു സദസ്സിൽ പിന്നെ ...
ശാസ്ത്രം ചൊല്ലിയ കണക്കുകൾ നോക്കി

ചിന്തകർ സമസ്യക്കുത്തരം കണ്ടു ഉടനെ ..
മാറ്റങ്ങൾതന്നെ മന്നിതിൽനീളെ ,
മണ്ണും വിണ്ണും അബ്ധിയും ...
കാലത്തിനൊത്ത് പുതിയകോലം കെട്ടി
മാറുകയാണീ അവനിയിൽ നീളെ...
അറിയണം സത്യം .. കാലങ്ങളായ് മർത്യർചെയ്യും
സ്വാർത്ഥ കർമ്മങ്ങളാൽ നവമാറ്റങ്ങൾ തന്നെ
നിരന്തരം ഭൂമിയിൽ ...
താളം തെറ്റിയ കാലാവസ്ഥയ്ക്കും നിത്യം,
നിലയ്ക്കാത്ത മാറ്റങ്ങൾതന്നെ നിരന്തരം ഭൂവിതിൽ .

40. വെള്ളം

സ്വന്തമായ് രൂപമില്ലാത്തവളെങ്കിലും
രൂപങ്ങൾ പലതും മണ്ണിതിൽ
പകർന്നാടിയോൾ ഝടിതി ..
വിണ്ട് കീറി കരിഞ്ഞ മണ്ണിന്റെ മാറിൽ
മരണം കാത്തുറങ്ങുന വിത്തിന്
നവജീവന്റെ നനവുമായ് ചെന്നവൾ തോയം..
ഉള്ളം ചുട്ടുപഴുക്കുന്ന ഭൂഗോളമേനിയിൽ
കുളിരേകുമാഴിയായ് ഭൂമിയെ
ചുറ്റിപുണർന്നവൾ നീരം..
മണ്ണിലെ ജീവൻ ജലമെന്നാണ് മൊഴിയെങ്കിലും,
മർത്യന്റെ മുൻവിധിയില്ലാത്ത പ്രവർത്തിയാൽ ...
നാൾക്കുനാൾ ഭൂവിൽ നീളെ
മലിനമാക്കപ്പെടുന്നവളും വെള്ളം .
വറ്റിവരണ്ട് ചെറിയൊരു നിർച്ചാലായ്
കൈവഴികൾ പലതും മണ്ണിൽ മറയുന്നനേരത്തും ...
എന്നും ...മണ്ണിനെ പ്രണയിച്ച്
മണ്ണിനെ ചുംബിച്ചുറങ്ങുന്നവൾ അമൃതം .

41. മർത്യജന്മം

വെറും മണ്ണാണ് നാം, മജ്ജയും മാംസവും
മണ്ണായി മാറുന്ന കേവലം മർത്യജന്മമാണുനാം ,
മണ്ണിതിൽനീളെ ആശ്വമേധം നടത്തി
സാമ്രാജ്യം തീർത്തൊരാ വിശ്വവിഖ്യാതരാം മന്നവന്മാരും,
സ്ഥാനമാനത്തിനായ് പടവെട്ടി കൊടികുത്തി
ചതിയുടെ രൂപമായ് മാറിയ മർത്യജന്മങ്ങളും ..
പരിഭവഹീനരായ് ഊഴിതൻമാറിൽ
വിശ്രമം കൊള്ളുമ്പോൾ,
രോചനങ്ങൾക്കെല്ലാം ഭോജനമാകേണ്ട
അസ്തികൾമൂടിയ കൊഴുപ്പുകൾ തിങ്ങിയ
മാംസതുണ്ടുകളാണ് നാം ,
ധരണിയിൽ സ്വന്തമായൊന്നുമില്ലാതെ
വന്നവരാണ് നാം,
പക്ഷെ മണ്ണിതിൽ ഒരുപാട് നേട്ടങ്ങൾ കൊയ്തവരും ..
നേടിയ പേരുകൾ ശിഷ്ടമാക്കി
ഓർമ്മയായ് മണ്ണിൽ മറഞ്ഞിടുമ്പോൾ ..
വെറും മണ്ണാണ് നാം, മജ്ജയും മാംസവും
മണ്ണായി മാറുന്ന കേവലം മർത്യജന്മമാണുനാം ,

www.ingramcontent.com/pod-product-compliance
Lightning Source LLC
La Vergne TN
LVHW041714060526
838201LV00043B/737
* 9 7 9 8 8 8 5 9 1 4 4 0 6 *